እንከንየለሽ

ድርሰት፣ መና ውበት

ስዕል፣ አሊና ካሬቫ

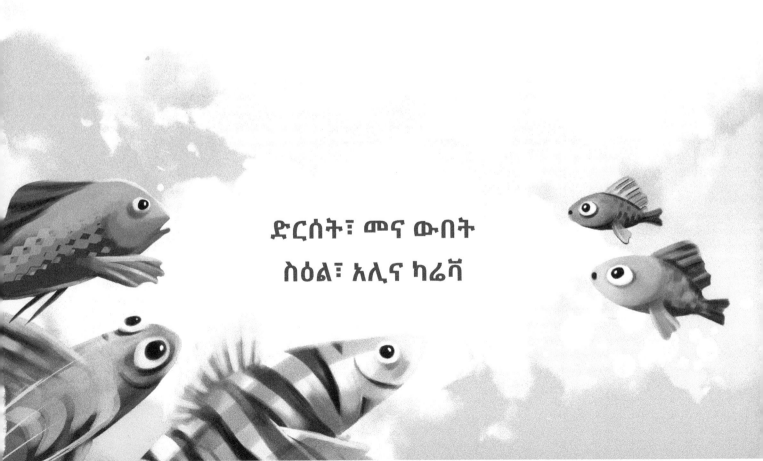

በሰሜኑ የአገራችን ክፍል በምትገኘው ትንሽዬ የመኖሪያ መንደር አንድ ለሊት እጅግ ከባድ ዝናብ ጣለ። ይህቺን ትንሽዬ መንደርንም በጎርፍ አጥለቀለቃት፤ ጎርፉ ለሊት ላይ እና በድንገት ስለነበር ከፍተኛ ጉዳት አስከተሊ፤ አካባቢውም በጩሀት እና በለቅሶ ተዋጠ። ነዋሪዎቹም እራሳቸውን፣ ቤተሰቦቻቸውንና ጎረቤቶቻቸውን ለማዳን ይሯሯጡ ነበር።

በዚህ መሃል አንዷት እናት በፍጥነት የሁለት አመት ልጇ መርድን ከተኛበት አንስታ የባለቤትዋ አንገት ላይ እሽኮኮ አሸከመቸው፤ ከዚያም ገና ከተወለደች ሶስት ወር እንኳን ያልሞላትን እንከንየለሽን ከነተኛችበት ትንሽዬ ሣጠራ ይዛ ለመውጣት ስትሞክር ከመሬት ላይ የነበረው ባርጩማ በውሃው መሞላት ምክንያት ስላልታያት አደናቀፎ ጣላት። ስትወድቅ እንከንየለሽ ተኝታበት የነበረው ሣጠራ ከእጇ አመለጣት፤ ባል ልጁን ተሸክሞ ወጥቶ ሚስቱ ስለቆየችበት ተመልሶ ወደ ቤት ውስጥ ሲገባ ሚስቱ እንደወደቀች ባየ ጊዜ ቶሎ ብሎ አነሳት።

በአፍ እና በአፍንጫዋ የገባው ውሃ ትንታው እንደለቀቃት "ልጄስ ልጄስ" እያለች እያለቀሰች መጣራት ጀመረች፤ እንከንየለሽ ሣጠራው ላይ እንደተኛች ውሃው እያንሳፈፈ ይዟት ሄዷል። አባትየው ወደ ውሃ ውስጥ ጠልቆ ፈለገ፣ እንከንየለሽ አትታይም፣ እናት ተጣራች ፈለገች፣ ፈለገች፣ አለቀሰች፣ጮኸች ነገር ግን ልጇ እንከንየለሽን ልታገኛት አልቻለችም።

የአካባቢው ሰው “ከዚህ በላይ እዚህ ማንም ሰው መቆየት የለበትም” ብለው አባትና እናት እያነቡ በግድ ይዘዋቸው ከአካባበው ርቀው ሄዱ። የእንከንየለሽ ወላጆች ልጃቸውን በአሳዛኝ ሁኔታ በጎርፍ በማጣታቸው ክፉኛ አዘኑ።

እንከንየለሽ ስትወለድ ልክ እንደአያቷ እንከንየለሽ ጉንጩዋ ላይ የልብ ቅርፅ ነበራት፤ ለዛም ነው ለአያትየው ማስታወሻ እንከንየለሽ ብለው ያወጡላት። መንደሩ በጎርፍ ከተጥለቀለቀ በኋላ የመንደሩ ነዋሪዎች በሙሉ በእንከንየለሽ አባት መሪነት አዲስ ቦታ ላይ ሰፈሩ።

እንከንየለሽ ይህ ሁሉ ሲፈጠር ጭልጥ ያለ እንቅልፍ ይዟት ነበር። ጎርፉ እንደ ጅረት እየፈሰሰ ከግልገል አባይ ጋር ተቀላቀለ። እንከንየለሽም ልክ ወንዝ መሃል እንዳለ ጀልባ ሣጠራው እያንሳፈፈ ይዟት ወደ ጣና ሀይቅ ደረሰ። በሀይቁም የሚገኙ ዓሣዎች ብቅ ጥልቅ እያሉ ሲዋኙ ሣጠራውን ተመለከቱት። ፒሮ ሣጠራውን እንዳየች "ወይኔ ዓሣ አጥማጆች ሁላችሁም ጥለቁ" ብላ በፍጥነት ወደሀይቁ የታችኛው ክፍል ጠልቃ ገባች። ኮሮሶ ግን ዓሣ አጥማጆች እንዳልሆኑ ገብቶታል፤ "እረ ተረጋጊ ዓሣ አጣመጅ ደሞ ከመቼ ጀምሮ ነው በዚች በምታክል ጀልባ የሚመጣው" ብሎ ወደሣጠራው በድፍረት ሄደ። አምባዛም ፈራ ተባ እያለ ኮሮሶን ተከትሎ ወደሣጠራው ተጠጋ። ፒሮ እንከንየለሽን ስታያት ተገረመች፤ ወዲያው ወደ ሐይቁ ተመልሳ ጠልቃ "የሰው ልጅ የሆነች የምታምር ህፃን ሣጠራው ውስጥ ተኝታለች ፣እባካችሁ የሆነ ነገር እናድርግ ያለበለዚያ ዓሣ ነባሪ ወይም ጉማሬው ይበላታል፣ ወይኔ እረ ቶሎ ኑ" እያለች በአካባቢው ያሉትን ዓሣዎች ጠራች፤ የሰሙት ሁሉም ተከትለዋት ወደውሃው የላይኛው ክፍል ወጡ።

ኮሮሶ ከሁሉም ብልሁ ስለነበር ምን እንደሚያደርጉ እሱን ጠየቁት። “በመጀመሪያ እቺ የሰው ህጻን በዓሣ ነባሪ እንዳትበላ ሁላችንም ነቅተን መጠበቅ አለብን፤ ሌላው ደሞ ስራ መከፋፈል አለብን” ብሎ ለሁሉም ዓሣ አይነቶች የተለያየ ሀላፊነት እንደ የአቅማቸው አከፋፈላቸው፤ እንከንየለሽን የሚያበላ፤ እንከንየለሽን የሚያጫውት፣ በጀርባው ተሸክሞ በማእበል ጊዜ እንዳትሰምጥ የሚከላከል፤እንዲሁም ዓሣነባሪዎች በአካባቢው ሲታዩ ሌሎች ዓሣዎችን ነግሮ እንከንየለሽን የሚሸሽግ፤እነሱም የተሰጣቸውን ሃላፊነት በአግባቡ እየተወጡ ህፃኗ እንከንየለሽን ልክ እንደልጃቸው እየተንከባከቡ ማሳደግ ጀመሩ ።

እንከንየለሽ ስድስት ወር ሲሞላት እንደበፊቱ አርፋ ሣጠራዋ ላይ አትተኛም፤ መገላባበጥ፣ መንቀሳቀስ፣ መዳህ ትፈልጋለች ትሞክራለችም። ዓሣዎቹ ከአጠገቧ አለመለየታቸው እንጂ ስትገላበጥ ወደ ሀይቁ መግባቷ የማይቀር ነበር። በዚህም ምክንያት ዓሣዎቹ ትልቅ ስጋት ገባቸው ቀን ከለሊት ቢጠብቋትም አንድ ቀን ከሣጠራው ተገልብጣ እንዳትሰምጥ ስጋት ገብቶአቸዋል። በእንከንየለሽ ጉዳይ ላይ ለመወያየት ዓሳዎቹ ተሰበሰቡ። ፒሮም እንደሃሳብ ያቀረበችው የውሃምኞት ጋር ሄዶ ህጻንዋን ወደ ዓሣነት ማስቀየር ነበር። “የውሃምኞት የተባለ ትንሽዬ የውሃ ፍጥረት ምኞትን እውን ያደርጋል ተብሏል፤ የባለፈው በጋ ላይ አምባዛ ዓሣ ፊቱ ላይ ያለው ፂም መሳይ ጸጉር አስጠልቶት የውሃምኞት ጋር ሄዶ ፂሜን አጥፋልኝ፣ ዓሣዎች ድመት ትመስላለህ እያሉ ያሾፉብኛል ብሎ ለምኖት ፤እሺ ጉንጭህን አስነክሰኝና ምኞትህ እውን ይሆናል አለው፤ ከዛ አንዴ ጉንጩን ሲነክሰው ጺም የሚባል ነገር ጠፋ ከዛን ግዜ ጀምሮ እኮ አምባዛ አይመስልም ሌላ አይነት የዓሣ ዝርያ ነው የሚሰለው” አለች።

ኮሮሶም ቀጠል አድርጎ “ፒሮ ያመጣችው ጥሩ ሃሳብ ነው፤ የውሃምኞት እስከዛሬ ማንኛውንም አይነት ምኞት እና ፍላጎት በውሃውስጥ ለሚገኙ ፍጥረታት ሲያሳካ ኖርዋል፤ነገር ግን የዘንድሮ ዓሣዎች ሁሉም እራሳቸውን መለወጥ መቀየር ይፈልጋሉ አንዱ ትልቅ አድርገኝ፣ ሌላው እኔን ወርቅማ አድርገኝ፣ ደሞ ሌላኛው ረጅም አድርገኝ፣ እንደ አምባዛ ያሉት ደሞ ጺሜን አጥፋልኝ እያሉ ሁሉም ዓሣዎች ትንፋሽ ሲያሳጡት ለማንም እንዳልናገር አስጠንቅቆኝ ተደብቆ ነው የሚኖረው፤ ነገር ግን የዚህች ህፃን ነገር አሳሳቢ ስለሆነ ህፃኗን የሰው ልጅ ወደ የባህር ዓሣነት እንዲቀይርልን ለምኜ ይዤው እመጣለሁ” በማለት ቃል ገባ።

የውሃ ምኞት የተደበቀበትን ኮሮሶ ብቻ ስለሆነ የሚያውቀው ሌሎቹ ዓሣዎች መደበቂያውን እንዳያዩት በለሊት ለብቻው ተደብቆ ሄደ። የውሃ ምኞት ከጢስ ዓባይ ፏፏቴ በውስጥ በኩል ነበር ተደብቆ የሚኖረው። የዚህን ረጅም እና የሚያስፈራ የፏፏቴ ሃይል ለእንከንየለሽ ሲል እንደምንም አቋርጦ የውሃምኞት መሸሸጊያ ጋር ደረሰ። ጉዳዩንም አስረድቶ ለምኖት ይዞት መጣ።

የውሃምኞት ምኞትን ለማሳካት አንድ ግዜ መንከስ አለበት፤ ስለዚህም ህፃኗን እግሯ ላይ ቀስ ብሎ ነከሳት። ይህ ሲሆን ባአካባቢው የነበሩ ዓሣዎች እየተመለከቱ ነበር። ወዲያው ቀስ በቀስ የሕጻኗ እንከንየለሽ ሰውነት ከእግሯ ጀምሮ ዓሣ መሆን ጀመረ፤ ነገር ግን ልክ ወገቧ ጋር ሲደርስ መቀየሯ አቆመ።

ይህንን ሲያዩ ሁሉም ተደናገጡ፤ ፒሮም የውሃምኞችን "ግማሽ ሰው ግማሽ ዓሣ ሆና ልትቀር ነው እንዴ ሙሉ ለሙሉ እንድትቀየር እባክህ እንደገና ግንባሯ ላይ ንከሳት" አለችው። የውሃኞትም "ሁለቴ ከነከስኳትማ የቅድሙ ምኞት ይጠፋል ያማለትም ተመልሣ ሰው ትሆናለች፤ እኔ ከዚህ በፊት ሰው ወደ ዓሣ ቀይሬ አላቅም፤ ምናልባት የውሃ ፍጥረት ስላልሆነች ይሆናል ሙሉ ለሙሉ ልትቀየር ያልቻለችው። ከዚህ በላይ ልረዳችሁ አልችልም፤ ግማሽ ዓሣ ብትሆንም ወደጥልቁ ሀይቅ ሄዳ መኖር ትችላለች፣ የፈራችሁት እንዳትሰምጥ አደል እንዴ?" አለ።

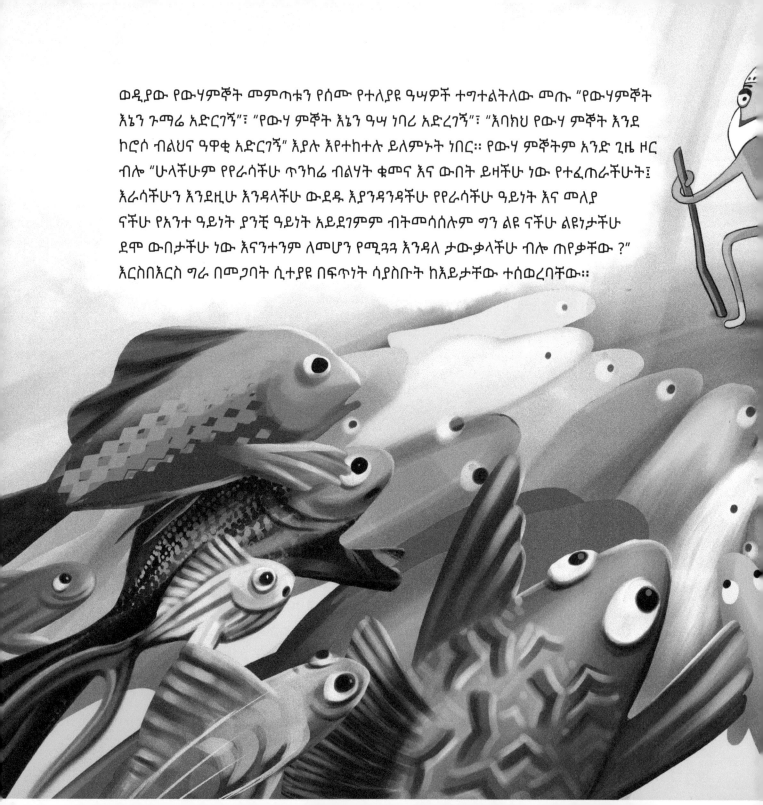

ወዲያው የውሃምኞት መምጣቱን የሰሙ የተለያዩ ዓሣዎች ተግተልትለው መጡ "የውሃምኞት እኔን ጉማሬ አድርገኝ"፣ "የውሃ ምኞት እኔን ዓሣ ነባሪ አድረገኝ"፣ "እባክህ የውሃ ምኞት እንደ ኮሮሶ ብልህና ዓዋቂ አድርገኝ" እያሉ እየተከተሉ ይለምኑት ነበር። የውሃ ምኞትም አንድ ጊዜ ዞር ብሎ "ሁላችሁም የየራሳችሁ ጥንካሬ ብልሃት ቁመና እና ውበት ይዛችሁ ነው የተፈጠራችሁት፤ እራሳችሁን እንደዚሁ እንዳላችሁ ውደዱ እያንዳንዳችሁ የየራሳችሁ ዓይነት እና መለያ ናችሁ የአንተ ዓይነት ያንቺ ዓይነት አይደገምም ብትመሳሰሉም ግን ልዩ ናችሁ ልዩነታችሁ ደሞ ውበታችሁ ነው እናንተንም ለመሆን የሚጓጓ እንዳለ ታውቃላችሁ ብሎ ጠየቃቸው ?" እርስበእርስ ግራ በመጋባት ሲተያዩ በፍጥነት ሳያስቡት ከእይታቸው ተሰወረባቸው።

እንከንየለሽም በጥልቁ ሀይቅ ውስጥ ከሚኖሩት እንስሳት ጋር በህብረት መኖር ጀመረች። ማታ ማታ ሀይቅ ውስጥ በሚገኘው የሠጠመው ጀልባ ላይ ትተኛለች። ጀልባው በውስጡ የተለያየ አልባሳት እና ቁሳቁስ ነበሩ፤ ከሁሉም እንከንየለሽን የሚያስገርማት እና የምትጫወትበት ጀልባው ውስጥ ያገኘችው መስታወት ነበር።

እንከንየለሽ እያደገች መጣች የሀይቁ ፍጥረታት ሁሉ በጣም ነበር የሚወዷት፤ አብረዋት ይጫወታሉ እርዳታ ሲፈልጉ ሳታቅማማ ሁሉንም ታግዝ እና ትረዳ ነበር። ዓሣ ነባሪዎች ተርበው አደን ዓሣ ፍለጋ ሲመጡም ዓሣዎቹን እየመራች መደበቂያ እና መሸሸጊያ ስፍራ የምታመቻችላቸው እሷ ነበረች።

አንድ ቀን ፀሀይ ልትሞቅ ወደ ወንዝ ዳር ስትሄድ ትልቅ የሚያስፈራ ጉማሬ ወደርሷ ድንገት መጣባት፤ እንከንየለሽ በጣም ደነገጠች ጉማሬው አፉን ከፍቶ ትላልቅ ጥርሶቹን በቅርበት ስታያቸው፤ "ወይኔ በላኝ" ብላ መጮህ ጀመረች። ነገር ግን ጉማሬው ሊበላት አልፈለገም። አሁንም አፉን ከፍቶ ትላልቅ ጥርሶቹን ወደስዋ አስጠጋው፤ ቀስ ብላ በአንድ አይንዋ አፉ ውስጥ ስታይ ትልቅ የስጋ ቁራጭ ጥርሱ መሃል ተቀርቅሯል።

እንከንየለሽም ጉማሬው ጥርሱን አሞት የእርሷን እርዳታ እንደፈለገ ሲገባት ምንም ሳትፈራ አፉ ጫፍ ላይ ቁጭ ብላ ጥርሱ መሃል የተቀረቀረውን ስጋ እንደምንም መንጭቃ አወጣችለት፡ ፡ ጉማሬውም የምስጋና አስተያየት አይቷት ከአጠገቧ ተመቻችቶ ተቀመጠ። እንከንየለሽም ከሚያስፈራት ግዙፉ ጉማሬ ጋር ጓደኝነት በመመስረቷ ደስ አላት።

ከዛን ጊዜ ጀምሮ በየቀኑ ወንዝ ዳር ጉማሬው ጋር ትሄድ እና የርሱ ጀርባ ላይ ሆና ፀሃይ ትሞቃለች፡ ፡ ታዲያ አንድ ቀን ጉማሬው ጀርባ ላይ ተኝታ ፀኃይዋን ስትሞቅ የወጣቶች ድምፅና ሳቅ አልፎ አልፎ ደሞ ለየት ያለ ዜማ ተሰማት። “በገና ጨዋታ አይቆጡም ጌታ” ይላሉ ጉማሬው ጀርባ ላይ ሆና ተንጠራርታ ስታይ ከወገብ በላይ እሷን የሚመስሉ ሰዎች አየች፤ ወጣት ወንዶች በቡድን ሆነው አንዲት ክብ ነገር እያንከባለሉ ይሯሯጣሉ፤ እየተጫወቱ ይሁን እየተጣሉ ባይገባትም ፍጥጥ ብላ ተመለከተች። እያየቻቸው ሳለ ከመሃከል አንደኛው ቀናሲል ዓይን ለዓይን ተገጣጠሙ ፤ወዲያው ለጓደኞቹ በእጁ ወደ እርሷ እየጠቆመ የሆነ ነገር አላቸው እና ተያይዘው ሮጠው ሄዱ።

እንከንየለሽ ያየችውን ነገር እንዳለ ለብልሁና ለዓዋቂው ኮሮሶ ነገረችው። ኮሮሶም “ወደ ሐይቁ ዳር እንዳትሄጂ እኮ አስጠንቅቄሽ ነበር፤ በየዓመቱ ሁልግዜ በዚህ ወቅት ከሐይቁ ዳር ካለው ሜዳማ ስፍራ ላይ ወጣት ልጆች የገና ጨዋታ ሊጫወቱ ይመጣሉ፤ ያየሻቸውም እየተጣሉ ሳይሆን በቡድን ሆነው እየተጫወቱ ነበር። ነገር ግን አንቺን ማየታቸው ለኛ በጣም ትልቅ ስጋት ነው፤ ስለዚህ ከዚህ በኋላ እባክሽን ሰው ስታይ ተደበቂ እንደውም ውሃ ዳር በፍጹም አትሂጂ” ብሎ በደንብ አስጠነቀቃት።

እንከንየለሽም ኮሮሶ የነገራትን ሰምታ በንጋታው ጸሃይ ሳትሞቅ ጉማሬውም ጋር ሳትሄድ ቀረች። ነገር ግን እነዚህ እኔን የሚመስሉ ሰዎች ለምን ሸሸተውኝ ሄዱ ብላ አዘውትራ ታስብ ነበር፡ ወጣቶቹ ያዩትን እየሮጡ ሄደው ለአካባቢው ነዋሪዎች ተናገሩ፤ የተሰማውም ወሬ ነዋሪውን ሁሉ አስደነገጠው።“ከወገቧ በላይ በጣም የምታምር ኮረዳ ከወገቧ በታች ደሞ ዓሣ፣ሊያውም አስፈሪው እና ትልቁ ጉማሬ ላይ ተቀምጣ ታየች” ተብሎ ቤተመንግስት ድረስ ወሬው ተሰማ፡ ፡ ሰውም እቺማ „“ጠንቋይ ናት” ብለው ስላሰቡ ወንዝ አካባቢ መሄድ ፈሩ። ንጉሱም የሰውን መሸበር ሲሰሙ ዓሣ አጥማጆችን ልከው አጥምደው ከነነፍሷ እንዲያመጧት ትዕዛዝ ሰጡ።

ዓሣ ዓጥማጆቹም ትልቅ መረብ አዘጋጅተው እንከንየለሽን እና በዚያ አካባቢ የነበሩትን ዓሣዎች አጠመዷቸው፤ታግላ ለማምለጥ ሞክራ ባትችልም ለዓሣዎቹ ግን ወጥመዱን በማስፋት አስመለጠቻቸው።

ወደቤተመንግስት ስትወሰድ ሰው ሁሉ ውበትዋን በአድናቆት ሰውነቷን ግን በመገረም እና በመፍራት ይመለከቷት ነበር። ወደ ቤተመንግስት አስገብተው ንጉሱ ፊት አቀረቧት። ንጉሱ ፊት አንገቷን ደፍታ የቀረበችው እንከንየለሽ ምንም አትናገርም። ንጉሱም “ያጠፋችው ምንድነው?” ብሎ ጠየቀ፣ የከሳሾቹ ተወካይም የሚመልሰው ግራ ገብቶት፤ “በርግጥ ምንም አላጠፋችም፤ ነገር ግን ንጉስ ሆይ ግማሽ ዓሳ ግማሽ ሰው ዓይተን አናቅም ምናልባትም እቺ ሰው..እ ..አ… ማለቴ ዓሣ ..አስማተኛ ወይም ጠንቋይ ትሆናለች” አለ፤ ንጉሱም “አንቺስ ምን ትያለሽ ብሎ ጠየቃት” እንከንየለሽ ምንም አትመልስም ቀና ብላ በፍርሃት እያየች እንባዋ ፈሰሰ።

እንከንየለሽ ቀና ስትል ንግስቲቱ ፊትዋን ስታይ ልቧ ድንግጥ አለ ቀስ ብላ ከዙፋኗ ወርዳ ወደ እንከንየለሽ ተጠጋች፤ በጉንጯ ላይ የሚገኘውን የልብቅርፅ ስታይ የደስታ እንባ እያነባች "ልጄ ልጄ! እንከንየለሽ" አለች ቀስ ብላ፤ ንግስቲቱ እንባዋንም እያወረደች እንከንየለሽን እቅፍ አደረገቻት። ወደ ባለቤቷ ተመልሳ "ልጃችን ናት እመነኝ ሂድና ጉንጯን ተመልከት ከህጻንነቷ የነበራት የልብ ቅርፅ ተመልከት" አለችው፣ ንጉሱ ግራ እየተጋባ እንዴት ይሆናል? የኛ ልጅ ጎርፍ ይዟት ሄዷል፣ በዚ ላይ እቺ ግማሽ ሰው ግማሽ ዓሣ ናት" ብሎ ወደ እንከንየለሽ ተጠጋ። በርግጥ ይቺ ግማሽ ሰው ግማሽ ዓሣ በፊት እናቱ ከዛም በጎርፍ የተወሰደችው ልጁ በጉንጫቸው ላይ የነበራቸውን የልብቅርፅ ጉንጯ ላይ በደንብ ይታያል። "ግን እንዴት ልጃችን ልትሆን ትችላለች? እንዴትስ ግማሽ ዓሣ ሰው ይኖራል?" ብሎ መጠየቅ ጀመረ:: አማካሪዎቹንም "በምልክት ቋንቋ የሚያስረዳ እና የሚጠይቅ አምጡልኝ" ብሎ አዘዛቸው።

ምልክት ቋንቋ በሚችለው ሰው አማካኝነት እንከንየለሽ ኮሮሶ የነገራትን የራሰዋን ታሪክ አስረዳች፤ ንጉሱም በእውነትም ልጁ እንደሆነች ተረዳ፤ ቤተመንግስቱ በደስታ ተሞላ። አባቷም እንዴት አድርጎ አዲስ መንደር እንዳቋቋመ፤ ያ መንደርም ሰፍቶ አገር ሆኖ በነዋሪዎቹ ፍላጎት ንጉስ መሆኑን አስረዳት።

ንጉሱና ንግሲቲቱ ልጃቸውን በማግኘታቸው እጅግ በጣም ተደስተዋል። የልጃቸውን በጎርፍ የመወሰድ አሳዛኝ ታሪክ ግን ለልጃቸው መርድ አልነገሩትም ነበር፣ የዛን ጊዜ መርድ የሁለት አመት ህጻን ስለነበር የተፈጠረውን ምንም አያስታውስም፣ ታዲያ አሁን ከአባቱ ዙፋን አጠገብ ሆኖ የሚያየውና የሚሰማው ነገር ሁሉ ግራ አጋባው። እናቱ የደስታ እንባ እየተናነቃት ታሪኩን አስረዳቸው፤ መርድ በደስታ የሚሆነውን አጣ፣ ጭራሽ አስቦት የማያውቀውን በድንገት እህት እዳለው ሲሰማ እጅግ በጣም ተደሰተ፣ ዘሎ ሄዶ እንከንየለሽ ላይ ጥምጥም አለባት።

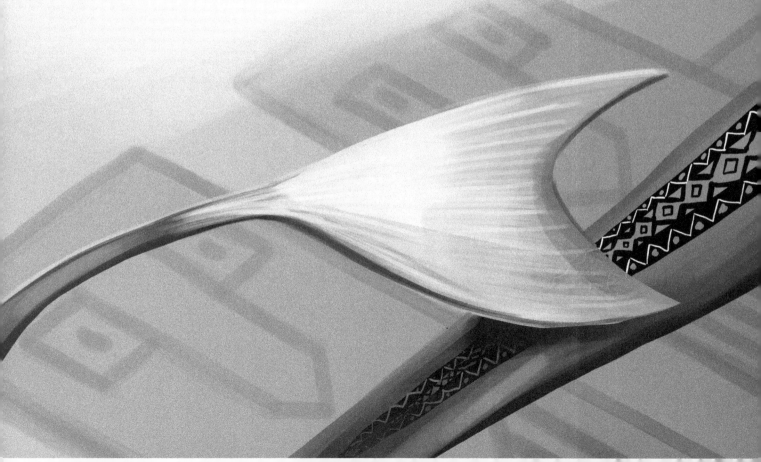

የአካባቢው ነዋሪ ግን እንዴት ሆና ግማሽ ዓሣ እንደሆነች ሊገባቸው አልቻለም። ግማሽ ሰው ግማሽ ዓሣ ሆና በአካባቢው እና በአገሩ አሁንም እንደ ጠንቋይ ወይም አስማተኛ ስለምትታይ እንደምንም ተመልሳ ሙሉ ሰው መሆን እንዳለባት ወሰነች። ምንአልባትም የውሃምኞት ወደ ሙሉ ሰውነት መልሶ ሊቀይራት ቢችል ብላ በማሰብ አባትዋ ከመደበላት ጠባቂዎች ጋር ወደ ሐይቁ ወረደች ።

ስትደርስ ለዓሣዎቹ እና ለጓደኛዋ ጉማሬ የሆነውን ሁሉ ነገረቻቸው። ኮሮሶንም የውሃምኞትን ይዞላት እንዲመጣ እና ተመልሳ ሙሉ ሰው እንድትሆን ጠየቀችው።

“በየቀኑ እየመጣሽ እንደምታይን ቃል ግቢልኝ እና ነው ይዤልሽ የምመጣው” አለ ኮሮሶም ካሁኑ እንደምትናፍቀው ስለሚያውቅ ትንሽ እየከፋው። “በየቀኑ ነው የምመጣው እናንተ እኮ የኔ ቤተሰቦች ናችሁ፣ ከናንተ ጋር ነው በደምብ መሳቅ መጫወት የምችለው፣ነገር ግን ሰው ስለሆንኩ እንደሰው መራመድ እና መኖር መቻል እፈልጋለሁ በየቀኑ እየመጣሁ እጠይቃችኋለሁ አለች”ኮሮሶን በእጇ እያሻሸች።

ከዓሣና ከጉማሬው ጋር ስታወራ የንጉሱ ጠባቂዎች እና ከከተማው ወሬ ለማየት የመጡ ሰዎች ተገርመውና ተደንቀው ሁኔታውን ይመለከቱ ነበር።

ኮሮሶ እንከንየለሽ እንደጠየቀችው የውሃምኞትን ለማምጣት ወደጢስ አባይ ሄደ፤ ነገር ግን ብቻውን ነበር የተመለሰው፤ "እንዴ ምነው ብቻህን ተመለስክ የውሃምኞት ምንሆነ?" አለች እንከንየለሽ ደንግጣ። ኮሮሶም "አዬ ባክሽ የውሃምኞት በጣም አርጅቷል፤ እራስሽ ካልሄድሽ እሱ ጢሰ አባይን ማለፍ አይችልም"፤ "ይህ እንዴት የሆናል? መሄዱንስ እሺ በኋላ ግን ጢስ አባይ ደርሼ ሙሉ ሰው መልሶ ቢያደርገኝ ስመለስ ፏፏቴው ይዞኝ ነው እንጂ የሚሄደው በምን የመዋኘት አቅሜ እተርፋለሁ "በማለት ተስፋ ቆረጠች። "ወይ ሙሉ ዓሣ አደለሁ ወይ ሙሉ ሰው አደለሁ እንደዚሁ ግማሽ ሆኜ ልቀር ነው" ብላ አለቀሰች።

ትንሽ ቆይታ እንባዋን ጠራርጋ “የመጣው ይምጣ በድፍረት እሞክረዋለሁ” ብላ ወደ ጢስ አባይ ሄደች። አስፈሪውን እና ረጅሙን ፏፏቴ እንደምንም ተጣጥራ የውሃምኞት ጋር ደረሰች። የውሃምኞት በጣም አርጅቷል፤እንከንየለሽ የውሃምኞትን እንዳየችው “የውሃምኞት ከዚህ በፊት ህጻን ሆኜ ወደ ግማሽ ዓሣ ቀይረህ ህይወቴን ስላተረፍክልኝ አመሰግንሃለሁ፤ አሁን ተመልሼ ሙሉ ሰው መሆን ስለምፈልግ እባክህ ምኞቴን አሳካልኝ?” አለችው። “ስላየሁሽ እጅግ ደስ ብሎኛል፣ እንደምታይኝ በጣም አርጅቻለሁ፣ ከዚህ በኃላ የቀረኝም አንድ ምኞት ማሳካት ብቻ ነው። አንቺ በዚህ ውቂያኖስ ውስጥ ጥሩ እና በሁሉም የተወደድሽ ስለነበርሽ የመጨረሻ አቅሜን ተጠቅሜ አንድ ምኞትሽን አሳካልሻለሁ፣ ግን እርግጠኛ ነሽ? አንዴ ሰው ከሆንሽ ውቂያኖስ ውስጥ መኖር አትችይም?” ብሎ ጠየቃት „“አዎ እርግጠኛ ነን ሁሌ እየመጣሁ እጎበኛችኋለሁ ነገር ግን እንደሰው ከመሰሎቼ እና ከወላጆቼ ጋር ተቀላቅዬ መኖር፣የተለያዩ አገሮችን መጎብኘት ማግባት፣ መውለድና ኑሮ ከሰው ጋር እንዴት እንደሚመስል ማየት እፈላጋለሁ” አለች።

የውሃ ምኞትም ልክ እንደ ህፃንነቷ እግረዋ ላይ ነከሳት ወዲያው ከወገቧ በታች ሙሉ ሰው ሆነች፡
፡ በህይወቷ ለመጀመሪያ ጊዜ እግሯን አየች። በሁለት እግረዋ ቆመች፣ ራመድ አለች ፣ ዘለለች፣
እጅግ በጣም ደስ አላት፣ የውሃምኞትንም ጎንበስ ብላ ጉልበቱን ሳመችው።

ወዲያው ደስታዋ ወደ ፍርሃት ተቀየረ፤ ጢስ ዓባይን እንደ ዓሣ ሳይሆን አሁን እንደ ሰው መሻገር አለባት። በጣም እየፈራች ወደታች ልክ በፊት እንደምታደርገው አሁን ደሞ እግሮቿን ገጥማ ልክ እንደዓሣ እያወዛወዘች ከጢስ አባይ ተወረወረች።

ከፏፏቴው ማዶ ሆነው ንጉሱ ንግስቲቱ እንዲሁም የአካባቢው ነዋሪዎች እንከንየለሽን ይጠባበቁ ነበር። እንከንየለሽ ከጢስ ዐባይ ስትወረወር ተገርመው ተመለከቱ። ትንሽ ቆይቶ ግን እንከንየለሽ ስትሰወርባቸው ሁሉም በጣም ተጨነቁ ጢሰ ዓባይ በጣም ሃይለኛ እና አደገኛ ነው፣ እዛ እዋኛለሁ ብሎ ዘሎ ገብቶ የተረፈ የለም። ይህንን ስለሚያውቁ የእንከንየለሽ መጨረሻ አሳዘናቸው፤ ንጉሱ በሀዘን አንገቱን ደፋ፤ እናትየው "አይቻት እንከዋን ሳልጠግባት እያለች" ማልቀስ ጀመረች። መርድ ወንዝ ጠልቆ እህቱን ለማዳን ቢሞክርም እሱም እንዳይሰምጥ የንጉሱ አገልጋዬች አጥብቀው ያዙት።የአገሩ ሰው በሙሉ አዘነ፤ ምንም ሳታስከፋቸው ስለከሰሏትም ተጸጸቱ፡ከብዙ ጥበቃ በኋላ የተሰበሰበው ሰው ወደየመጡበት በአዘኔታ ሊመለሱ መንገድ ሲጀምሩ ከሩቁ እንከንየለሽን አዩዋት።

ጢስአባይ በሃይል እየገፈታተረ እንከንየለሽን ቢወስዳትም ከታችኛው ክፍል ዓሣዎቹ ተደራርበው ግድብ ሰርተው፤ እንከንየለሽን ከጅረቱ ዳር ላይ ወደሚገኘው አለት እንድትጠጋ አገዘዋት፤ እርስዋም እንደምንም ብላ አለቱን አጥብቃ ይዛ ከውሃ መውጣቷን አስረዳቻቸው።

ንጉሱም የሐይቁ ፍጥረታት ለልጁ የዋሉትን ውለታ ለመክፈል ለሐይቁ ትልቅ እንክብካቤ ለማድረግ ወሰነ። በዚህም መሰረት የአገሪቱ ነዋሪዎች ዓሣዎችን የሚጎዳ ቆሻሻ ወደ ሐይቁ ማፍሰስም ሆነ መጣል በጥብቅ ተከለከሉ። ከዛን ጊዜ ጀምሮ አንከንየለሽ የምትወዳቸውን የባህር እንስሳት በየቀኑ እየጎበኘች በደስታና በሰላም ከቤተሰዎቿ ጋር መኖር ጀመረች።